ழகரம்

காந்திமதி கண்ணன்

aelay publish

ழகரம்
கவிதை
ஆசிரியர் : ©காந்திமதி கண்ணன்
முதல் பதிப்பு : அக்டோபர் 2022
வெளியீடு : ஏலே பதிப்பகம்
5/175, பாத்திமா நகர், கூத்தென்குழி,
திருநெல்வேலி - 627104
தொடர்புக்கு : +91 9944992571

Zhagaram - poetry
by Gandhimathi Kannan©
First Edition : August 2022
Pages: 94

ISBN : **978-93-5533-601-9**
Aelay Publish
Contact : +91 9944992571

முகரம்

தமிழின் தனிசிறப்புகளுள் ஒன்று இந்த முகரம் அதனை என் கவிதை தொகுப்பிற்கு பெயராக வைப்பதில் பெருமகிழ்ச்சியும் பெருமையும்...

கவிஞராவதற்கும் எழுத்தாளராவதற்கும் முதலில் ஒரு வாசகராக இருத்தல் அவசியம்.

நான் வாசித்து உறைந்த உயிர்த்த புத்தகங்களே என் பயிற்சிக்கூடம் அதன் எழுத்தாளர்களே எனது பயிற்சியாளர்கள்...

பயிற்சியின் முதல் பரீட்சையாய் இந்த கவிதை தொகுப்பு...

கவிஞராகவேண்டும் என்பது என் சிறுவயது கனவு அன்றிலிருந்து நான் சிந்திய கவிதை முயற்சியின் முதல்பாகம் இது.

என்னை தாக்கிய அத்தனை உணர்ச்சிகளும் வரிகளாய் இதனுள் தவழுகின்றன. உங்களுக்குள்ளும் ஏதோ ஒரு மாற்றத்தை இது ஏற்படுத்தும் என்ற நம்பிக்கையுடன்

காந்திமதி கண்ணன்

வாழ்வின் ஓவியம்

சிலவற்றைக் கண்டு உணர்வு கொள்வதற்கு நாம் அதை அனுபவித்திருக்க வேண்டியது அவசியம்' என்ற எனது நெடுநாள் கூற்றை ஒன்றுமில்லாமல் செய்திருக்கிறது ஆருயிர் தங்கை காந்திமதி கண்ணன் அவர்களின் 'ழகரம்'படைப்பு.

இப்படைப்பில் படைப்பாளர் யாத்துள்ள அநேகம் என வாழ்வில் நடைபெறாதவையாக இருந்தாலும்கூட இப்படைப்பை படிக்கும் போது என் உதடுகளும் புருவங்களும் குவிந்து விரிந்தது எவ்வாறு? ஆன்ம படைப்பாளிகளிடம் அந்தச் சிறப்பு உள்ளது என்பதை சக படைப்பாளியான எனக்கு ஏன் புரியாமல் போனது?

உண்மை இதுதான். இந்தப் படைப்பு என்னை படைப்பாளியின் அரியணையில் இருந்து புறந்தள்ளி சக மானுடத்தின் நாற்காலியில் அமர வைத்தது. பெண்ணின் பார்வையில் இருந்து எழுதப்பட்ட வரிகளும் எனது இதயத்தில் கோடுகளாய் விழுந்த போது அதை நான் உணர்ந்து கொண்டேன்.

இப் புத்தகத்தில் நுழைந்து வெளியேறும் போது ஒவ்வொருவரின் இதயமும் நதியில் நீராடி விட்டு வெளியேறுவதைப் போலவே உணர்வு கொள்ளும்.

சமீபகாலமாக படைப்பாளர்கள் தங்களுடைய படைப்புகளை சிகரத்தின் உச்சியில் வைக்கிறார்கள். அதைப் பெருமை என்றும் கருதுகிறார்கள். சிகரத்தை அத்தனை பேரும் அடைந்து அப்படைப்பை படிப்பதற்குள் பருவம் பாதி குலைந்து இருக்கும்.

ஒரு உண்மையான படைப்பாளன் தன் படைப்புகளை சிகரத்தின் உச்சியில் வைக்க மாட்டான். சிகரத்தின் உச்சியை அனைவரும

அடைய வல்லதாக உதவும் ஒரு பொருளைப் போலவே அடிவாரத்தில் படை(வை)த்திருப்பான். அப்போதுதான் அந்தப் பொருள், பொருளைக் கொண்டிருக்கும்.

தங்கையின் படைப்பும் அத்தகையதொரு பொருள்தான்.

ஒவ்வொரு வரிகளிலும் தேநீர் இடைவேளையை வைத்துள்ளார். ஒவ்வொரு பக்கத்தைப் புரட்டும் போதும் வாழ்வில் எவையெல்லாம் புரட்டு என்று பொட்டில் உரைக்கிறது இயற்கை.

போராக இருக்கட்டும், வாழ்வாக இருக்கட்டும்; தயார்படுத்துதல்தான் இப்படைப்பு.

"நீர்வீழ்ச்சி அழகா? கண்ணீர்த்துளிகள் அழகா?"என்று கேள்விக் கேட்டால் பதிலாக அழகென்று எதைச் சொல்வது? எல்லாம் அந்தந்த நேரத்து நியாயங்கள்தானே செயக்காந்தன் மொழியில்! அப்படித்தான் இப்படைப்பும்.

இரங்கலும் வாழ்த்தும் ஒரே வாழ்வில் வெவ்வேறு கட்டங்களில் இடம்பெறும். அப்படித்தான் இப்படைப்பும்.

உள்ளங்கையில் வாழ்வை அடக்காதே என்று கூறுவார்கள். அவர்களின் உள்ளங்கையில் இப்படைப்பை வையுங்கள்.

ஓவியத்தைக் காண்கிற அனைவருமே ஓவியராகி விடுவதில்லை. ஆனால்இப்படைப்பின் மூலமாக உங்கள் வாழ்வுக்கான ஓவியத்தை நீங்களே வரைந்து உங்கள் வாழ்வினுடைய ஓவியராக மாற இயலும்.

இப்படைப்பை வாசிக்கும் முன் உங்களுக்கு ஒரு உறுதிமொழி தருகிறேன். இப்படைப்பை வாசிக்க வாசிக்க உங்கள் குற்றங்களை நீங்களே ஒப்புக் கொள்வீர்கள்.

இப்படைப்பை வாசித்து முடித்தப் பின்னரான உங்களது மனநிலையை இப்போதே கூறுகிறேன். நீங்கள் விடுதலை அடைந்து இருப்பீர்கள்.

தங்கை காந்திமதி கண்ணன் அவர்களின் 'ழகரம்'படைப்பு அகரத்தில் சிகரம்.

திருமுருகன்காளிலிங்கம்

புறநானுற்று வீரன்
தமிழர் மறை
மூலவர்
தமிழர் மறை (பாகம் 2)
மாவேந்தன்

❖ வேண்டுதற்கூறு

இறைவா...!

குறையும் பிணி
நிறையும் ஆரோக்கியம்

குறையாத இன்பம்
முறையான செல்வம்

திகட்டா கல்வி
மிரட்டா திங்கட்கிழமை

பெருகும் விவசாயம்
சிரிக்கும் விவசாயி

தேங்காத வெள்ளம்
தங்காத புயல்

ஒழியும் ஊழல்
தெளியும் வெள்ளம்

மறவா நட்பு
திறவா திருட்டு

பாடமாய் தோல்வி
ஓடமாய் அனுபவம்

குவியும் வெற்றி
குறையும் தலைக்கணம்

யாவும் தந்தருள வேண்டும்...

வேண்டுதலும் நீ ...!
வேண்டசெய்பவனும் நீ...!

தவமும் நீ ...!
வரமும் நீயே ...!

உலகில் மொழியடி தொழுது
எவனடி வாழ்வான்..?
வெறியடி எமக்கு..!
உயிரடி பலர்க்கு..!
உலகின் முதன் மூத்த மொழி தமிழ் எனில்
இறைவன் உச்சரித்த மொழியும் தமிழாகும்..!
தமிழ்போல் இனியதொரு மொழியை
என் செவி சேர்ப்பாயானால்
இனிமேல் என் பேனா மை பருகாது ...

இது சவால் ..!

❖ இந்தியா..!

மழையறிந்து ஆடும் மயிலும் நாங்கள்
பகையறிந்து பாயும் புலியும் நாங்கள் ...!

இந்தியர்கள் ..

எழில் கொஞ்சும் இயற்கை
முகில் மிஞ்சும் அதன் அழகை
வஞ்சித்து வாழும் மானிடா
நிகழும் பேரிடரெலாம் ஒரு நினைவூட்டல்தானடா...

வறுமை துரத்தி வளமை காண
இனிதொரு நாள் தூரமில்லை
பசியால் சிந்தும் கண்ணீர் துளி போல்
இந்த மண்ணிற்கு வேறொரு பாரமில்லை ...

அடிமைத்தனம் அகற்றி
வீரமாய் சுவாசிக்கும் இந்த விடுதலை காற்றில்
விவசாயமும் கொஞ்சம் செழிக்கட்டும்....

❖ விவசாயம்...

இறைவன் வரைந்த அழகான ஓவியம் உலகம்
அதற்கு பச்சை சாயம் பூசி அழகூட்டினார்
நீல சாயம் பூசி மெருகூட்டினார்
ஆனால்
விவசாயம் பூசிதான் உயிரூட்டினார் ..
அதையா அழிகின்றோம் ..?

❖ நான் ....!

பெற்றுவந்தது வரம்
கற்றுவந்தது தமிழ்
பற்றி வந்தது தன்மானம்
பெண்மை புகுந்திருப்பினும்
ரௌத்திரம் மிகுந்துள்ளது...!

❖ பெயர்

உங்களை திரும்பி பார்க்க செய்யும் வெறும் கருவி
மட்டுமல்ல .. பெயர் ...
உங்கள் அடையாளம்
ஒரு தலைமுறையின் அடையாளம்

யாரேனும் உங்கள் பெயரென்னவென்று கேட்டால்
புருவம் உயர்த்தி புன்னகையுடன் சொல்லுங்கள்...

அரசன் வீட்டு பிள்ளைக்கும்
அனாதை பிள்ளைக்கும்
கிடைக்கும் முதல் சொத்து பெயர்
அதை பெருக்கி பெருமை சேர்த்து கொள்வது உங்கள்
பொறுப்பு ...

முழுப்பெயரை முழுமனதாய் உச்சரியுங்கள்
உச்சிக்கேறும் கர்வம் அதற்கு நான் பொறுப்பு ...

❖ கவிதைகள்

காகிதங்கள் கிழித்தெறிவதினால்
கவிதைகள் காணாமல் போவதில்லை

ஒரு கவிஞனுக்கு காகிதம் என்பது வெறும் சேமிப்பு
கிடங்கு

அவன் கவிதை திறக்கும் சாவி
அவனது எண்ணங்களும் ரசனையும்தான் ...

ஒரு கவிஞனின் பேனா மட்டுமா கவிதை சொல்லும்..?
அவன் கண்களும் அவன் சிரிப்பும்....

ஒரு இரங்கல் கவிதையில்
அவன் விரக்தி சிரிப்பால்
மற்றவர்களை அழ வைக்க முடியும் ...

கவிதைகளை ரசிக்க தெரியவில்லை எனில்
விட்டுவிடுங்கள்
கவிஞன் செய்த பாவம்
தமிழில் ஏதேனும் பிதற்றி கொண்டாது வசிக்கட்டும் ...

❖ அம்மா

வறுமை செழிச்ச வீட்ல வரலெட்சுமியா பொறந்ததுமே,
இல்லாத வீட்ல இளவரசியா பொறந்ததுமே,
வீடு பொருள் வித்து வந்து சத்து மாவு வாங்கி தந்த..!
அப்பங்கூட சேர்ந்து நீயும் குடும்பத்த தாங்கி வந்த...
சத பிளந்த கையோட சாதம் பிணைஞ்சு தந்திருக்க,
எத்தன நாள் நீயுந்தான் அந்த அடுப்போட வெந்திருக்க..?
நீ வயித்துக்கூட்டுனது பழஞ்சாதம் ஆனாலும்,
புத்திக்கூட்டுனது ஒழுக்கத்ததானமா....
அது வேணும் இது வேணும்னு நா அடம்பிடிச்சு
அழுவையில,
என்ன அடக்கி தூங்கவைச்சு அப்புறமா அழுறவ நீ.....
தீபாவளி மத்தாப்புக்கு மனசெல்லாம் ஏங்கையில,
பத்தணா தீப்பெட்டியில கொண்டாட்டத்த கொடுத்தவ நீ..,
பேச்சுப்போட்டில நா ஜெயிச்சு வாங்குன பென்சில்பாக்ஸ்
பரிசுக்கு,
ஏதோ உலகத்தையே ஜெயிச்சதாட்டும் நினப்பு உன்
மனசுக்கு.....
விளங்காடு பக்கம் நீ விறகு முறிக்க போகுறப்போ,
உன் பாதத்தை பதம்பாத்த முள்ளுந்தான் எத்தன...?
உன்னோட போராட்டமெல்லாம் புள்ளைங்க படிப்புக்கு,
நீ வாங்கிக்கட்டுன சொல்லுந்தான் எத்தன..?
ஓடி ஓடி ஓடா தேஞ்சு அப்பன் உழைச்ச
காசையெல்லாம்....,
சிக்கனப்பெட்டில சேத்துவைச்சு பிள்ளைல பட்டதாரி
ஆக்கிப்புட்ட...!
பேசி பேசி சோர்ந்துபோன சில
அரவைவாய்க்காரங்களுக்கு,
இங்க பாரும் எம்புள்ளைலனு கம்பீரமா ஜெயிச்சுப்புட்ட...!!!
அன்னையர் தினத்துக்கு கவிதை எழுத யோசிச்சேன்....,

இவ்ளோநேரம் என் பெத்தவ கதையைத்தான்
வாசிச்சேன்.

❖ தாய் மனம்

பெற்றவள் விட்டுச்சென்ற முதல் வருட திதி

பிண்டங்கள் கரைத்து
பிறவியும் வெறுத்து
சாத்திரங்கள் முடித்து
கண்ணீரும் துடைத்து
கோயிலினுள் சென்றான் ஒருவன்...

கண்கள் மூடி
மௌன மொழியினில் கதறி அழுகையில்

தெய்வத்தின் திசையிலிருந்து
திலகம் அணிவித்தாள் எவளோ ஒருவள்...!

அக்கணமே உணர்ந்தான் அவன்

கருவறை கொண்டவை எல்லாம் கோயில்கள்தான்.

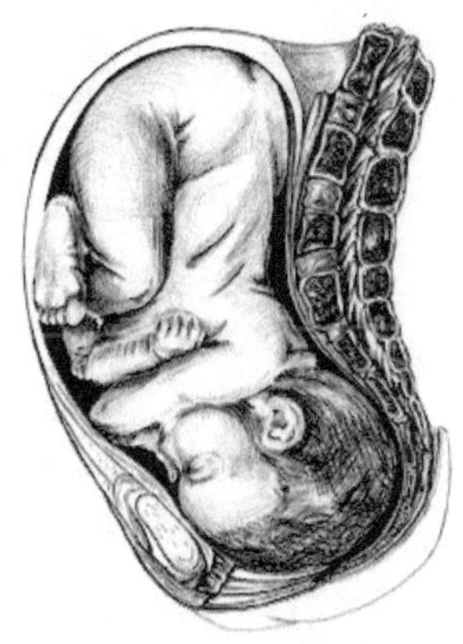

❖ அப்பா

ஒரு காய்ந்த சருகின் தோற்றம்
ஓசோன் வழி ஊடுறுவும் கதிர்களால் உருகுலையும்
உலகை உவமித்தாலும்
மூளையின் ஏதோ ஒரு மூலையில்
அப்பா அணிந்தே நைந்த முண்டா பனியனும்
அலைந்தே தேய்ந்த காலணிகளுமே மின்னி மறைகிறது...!

❖ ஆசிரியர்கள்

ஒவ்வொரு வகுப்பறையும் கருவறைதான் ...
ஒரே பிரசவத்தில் ஒரு சமுதாயத்தையே
பெற்றெடுக்கிறது ...
இங்கு மட்டும் கருவறைக்குள் தாயாய் ஆசிரியர் ...!

❖ உடன்பிறப்பு

உடன்பிறப்பு ஒரு உன்னதமான உறவு

எதையும் எதிர்பாராத ஒரு வழி அன்பு பாதை
உயிர் வழி உரிமை கொண்டாடும் ஒருவகை பாச
போதை

துன்பம் என்றால் உடனிருந்து தோள் கொடுக்கும்
இன்பம் நிலைக்கையில் தொலைவிருந்து இன்முகம்
நோக்கும்

தவிக்கையில் தாய்மடியாகும்
ஆழ்ந்த குழப்பத்தில் அப்பாவின் அறிவுரையாகும்

சேர்ந்து செலவழித்த நேரம் சிறிதோ பெரிதோ
நூறு விழுக்காடு புரிதலும் துணிதலும் உடன்பிறப்பில்
மட்டுமே சாத்தியம் ...

இறைவனிடம் ஒரு வேண்டுதல்
எடுக்கும் பிறவியெல்லாம் ஒரே கருவறையில்
உருக்கொள்ள ...!

❖ மரத்தடி வகுப்பு

இரை கொறிக்கும் அணில்
அணிவகுக்கும் எறும்பு

புத்தகங்களை மூடக்கிளம்பும் செல்ல காற்று
கண்களை மூடிக்கிளம்பும் மைதான செம்மண்

நான்காம் வகுப்பில் ஒலிக்கும் ஐந்தாம் வாய்ப்பாடு

ஓலை கூரையில் மணக்கும் மதிய சத்துணவு

தோளில் எச்சமிடும் காகம்
பழைய சண்டைக்கு பச்சமிடும் தோழி

செங்கல்கள் தாங்கும் கரும்பலகையில் நியூட்டனின்
மூன்றாம் விதி

விதியை விளக்கி விவரிக்கும் ஆசிரியர்
விதியென ஆடும் தலைகள்

எழுதும் பேனாவில் மை சிக்க தன் மை தெளித்து தாகம்
தீர்க்கும் பக்கத்து பேனா

தலையில் விழும் இலையை தகர்த்தெறியும் வேறு
விரல்கள்

நிழல் தருவது வேப்பமரம் ஆயினும்
அதனடியில் யாவரும் புத்தர்கள்...!

❖ ஓவியம்

பள்ளிக்கூட ஓவியப்போட்டி
பங்கேத்து பரிசு வாங்கணும்னு
அம்மா ஐஸ் வாங்க கொடுத்த காச
அஞ்சஞ்சா சேத்துவெச்சு
ரூ 50 ஆக்கி அதுல கலர் பாக்ஸ் வாங்க புறப்ட்டேன்...

என் கேடு கெட்ட நேரமது 60 ரூபாயா ஏறி போக..
பிஞ்சு முகம் சுருங்கி
பெருமூச்சுதான் விட்டு
கலையிழந்த ஓவியமா
கரையோரம் நடந்து போனேன்...

வழியில
கண் தெரியாத தாத்தா ஒருத்தர்
கை நீட்டி தர்மம் கேக்க
அவர் ஓட்டுன வயித்துல வறுமைக்கோடு மூணு
வக்கணையா வரிசைல நிக்க...

50 ரூபாய அவர் தட்டுல நான் வைக்க
அதன் தடம் பார்த்து திழைச்சவரு - அவர்
விரல் கொண்டு என் முகம் தடவ....

கலையிழந்த ஓவியம் ஒன்னு
அந்த தூரிகை சரிபார்த்ததால
சிரிக்க தொடங்கிருச்சு......

❖ எனது தோழி

நான் விரும்பும் நேரமெல்லாம்
என் விரலிடுக்கில் அவள்...
நான் நினைப்பதை பேசுபவள்
எனக்குப் பிடிக்காததை திருத்திக் கொள்பவள்...
மணிக்கணக்கில் உரையாடுவோம்
வெள்ளை காகிதங்களில் விளையாடுவோம்...
எனக்கு கிடைக்கப்பெற்ற வாழ்த்துச்செய்தி, பாராட்டுக்கள்,
பரிசுகள் அனைத்திற்கும் அவளே முக்கிய காரணம்...
அவள் உதிரம் சிந்தி என்னை ஊக்குவிப்பாள்.
நான் உயரச் செல்கையில் அவளோ அவள் உறைக்குள்
உறங்குவாள்...
அவள் சாகா நிலை கொள்ள
அவள் உயிர் நிரப்பும் வரம் பெற்றேன்...
உயிர் மை நான் நிரப்ப...
உயிர்மெய்யால் அவள் காகிதம் நிரப்புவாள்...

என் தோழி..
எனது பேனா.

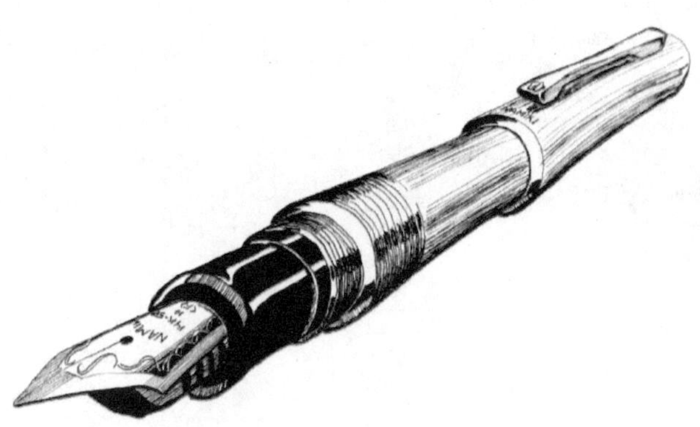

❖ கல்லூரி

கனவுகளின் சரணாலயம்
மூன்று நான்கு வருடங்களும் நம்மை முகமூடி அதிகம்
பயன்படுத்தாமல் பார்த்துக்கொள்ளும் ...
வாழ்வின் பல விஷயங்களை பள்ளி கற்றுக்கொடுக்கும் ...
வாழ்க்கையையே கற்று கொடுப்பது கல்லூரிதான் ...

நாம் கண்ணாடி அதிகம் பார்ப்பது கல்லூரி
காலங்களில்தான் ...

நமக்கு பொருந்துபவை பொருந்தாதவை என
நண்பர்களின் அறிவுரைகளை கண்ணாடியில்
சரிபார்த்துக்கொள்வோம்....

எதிர்பாலின ஈர்ப்பும் அதன் காரணமும் ...
குறும்புத்தனமான வினாக்களும் விடையும் ...
கேலித்தனமான விளக்கங்களும் ...

கல்லூரியில் கடக்கும் சுகமான நிமிடங்கள் ...

ஒன்றாய் சுவைத்த தின்பண்டங்களும் தேயிலையும்...
ஒன்றாய் களித்த திரைப்படங்களும் சோளப்பொறியும்...
ஒன்றாய் திரிந்த கல்லூரி சாலையும் சுவடுகளும்...

கல்லூரியில் கடக்கும் சுவாரஸ்யமான நிமிடங்கள் ...

கடைசி நாளின் ஒவ்வொரு நிமிடங்களும் கனமான
நிமிடங்கள் ...

❖ **அழகி**

என்னுடனே பயணிப்பவள் ஒரு நொடியேனும் விலகாமல்

அலுவலக பணியில்
என்னை மறந்து நான் கணனி திரை நுழைகையில் சற்று
உறுமி அவளை பார்க்கச் செய்வாள் - பொறாமைக்காரி

என் கையில் கடிகாரமிருந்தும்
அவளிடமிருந்தே நேரம் அறிவேன்

காரணமின்றியும்
அவ்வப்போது அவளிடம் திரும்பி அவள் வெளிச்சம்
பெறுவேன்.

எங்கள் உரையாடலில் உலகச் செய்திகள், அரசியல்
அந்தரங்கம் என அனைத்தும் அடங்கும்

என் சான்ட்விச் உணவு இடைவேளையில் விவசாயிகள்
போராட்டத்திற்கு விருப்பம் தெரிவிக்கச் செய்வாள்.

எங்கெங்கோ சிதறிக் கிடக்கும் என் சொந்தங்களெல்லாம்
இன்றும் அவள் பிடியில்தான் அவ்வப்போது இணைகிறது.

என் விரல் தீண்டல் போதும் அவளுக்கு..

என் தனிமை இரவுகளில்
துணைதரும் இவள் என்
ஆன்ட்ராய்டு அழகி.

❖ எது வாழ்க்கை...?

அவ்வப்போது பயணம்
எப்போதாவது தனிமை
தினம் கொஞ்சம் வாசிப்பு
அளவான வருமானம்
அர்ப்பரிக்காத சேவை குணம்
தோல்வியை ஏற்கும் மனம்
எப்போதும் சிரிக்கும் முகம்

❖ தனிமை

கொட்டி தீர்த்த மழை
அதன் மிச்ச மீதியை சொட்ட நிற்கும் இலை
மெல்லிய தென்றல்
துல்லிய மண்வாசனை
வல்லிய இயற்கை - எனச்
சொல்லிய இதயம்
என் குழலோடு காற்றது கதை பேச
என் நிழலோடு நானும் கொஞ்சம் நிஜம் பேச

பிறர் கொடுத்தால் சாபம்
நீ எடுத்தால் வரம்

வரமோ..? சாபமோ ..?

தனிமை மிகச்சிறந்த தவம் ...!

❖ அனுபவம்

மனதிலென்ன காயம்
இவ்வாழ்க்கை ஒரு மாயம்
நீ மருந்திட்டால் வலி போகும்
வடு உன்னில் வாழும்

உன் வலிகளை மற
புது வழியினை திற
வானில் தடையில்லை
முழு வலுவோடும் பற....

கண்ணை மட்டும் நம்பாதே
சுற்றம் சொல்வழி கேக்காதே
உன் புத்தி மட்டும் கத்தி பேசும்
சாணம் பிடித்திட மறக்காதே

மோகம் துரோகம் வன்மம் பாவம்
உனை சூழ்ந்து வீழ்த்திட வாழ்நாள் வெறுத்திட
இதனைத்துமே நாடகம்
உன்னை நீ தான் தேடணும்
உந்தன் கதையை நீயே எழுது
ஒவ்வொரு முறையும் எழுவாய் விழுந்து

அன்பே வலியது
என்றே புரியுது
அதுவே துரோகத்தின் ஆயுதமாய்
மாறி போகுது நூதனமாய்

அவமானங்கள் உரமாக்கு
ஒரு அகராதி உருவாக்கு
தோல்வி விதைத்திடு வெற்றி விளைந்திடும்
உன்னை சாய்க்கும் சூழ்ச்சியை சருகாக்கு

இங்கு கேள்வி கேட்போர் பலர்
கைகள் கொடுப்போர் சிலர்

உலகே தன்னலத்தின் உவமையானதே
இது என்றுமே முடியா தொடர்

வலிக்காத பிரசவம் இங்கேது
முளைக்காத விதையொன்று கிடையாது
உனது ஊக்கம் உனக்குள் இருக்கு
நீ விழிக்காது உன் இரவிங்கு விடியாது

நெஞ்சில் வீரம் கோபம் பாரம் தியாகம்
நீயும் சுமந்திட நாட்கள் கடந்திட
உன்னை நீயே செதுக்கிடுவாய்
உன் சோகங்கள் யாவையும் பதுக்கிடுவாய்
ஓடும் எண்ணம் பிடித்து கட்டுக்குள் நிறுத்து
முடியாதென்ற எதிர்மறை துரத்து

மாற்றங்கள் இங்கு புதிதல்ல
தோற்பது மட்டுமே விதியல்ல
கண்ணீர் தேக்கு இலக்கை நோக்கு
வெற்றி மேடையில் அழுதிடு தவறல்ல

உன்னை நம்பி எழு
தடுக்கினால் மீண்டும் விழு
எழுவதும் விழுவதும் தவறில்லை இங்கு
கண்டு சிரிப்போர் சத்தம் தள்ளு

உண்மை கடமை உரிமை நேர்மை
உன் அரணாய் மாறிட உன்னில் வேர்விட
உனக்கொரு பாதை உருவாகும்
பலருக்கு நீ தரும் தடமாகும்
என்றும் புன்னகை ஏந்திடுவாய்
அனுபவம் அறியது உணர்ந்திடுவாய்...!

❖ வந்த வழி மறவாது
கொண்ட வலி எருவாக்கி
உண்மை உளியில் உன்னை செதுக்கு

தூங்கும் புலியென உன்னை புறம் பேசும் பூனைகளிடம்
நீ பதுங்கி புலியென பாய்ந்து காட்டு

தோல்விகளை தோற்கடித்து வேள்வி செய்...

சுற்றம் உன்னை கேள்வி கேட்கும் உன் வெற்றியின்
ரகசியம் என்னவென்று
அன்று அம்பலப்படுத்து உன் தோல்விகளை ...!

❖ தலைக்கணம்

ஒரு கொடிய நோய்

அகங்காரம் விதைக்கும்
சுயநலம் முளைக்கும்...

வெற்றி போதையாகும்
தோல்வி பயம் துரத்தும்...

உன் மதிப்பிழக்க செய்யும்
தேவையற்ற திமிர் வளர்க்க செய்யும்...

அத்திமிர் நிரம்பிய உன் பார்வையின் கோணங்கள் மாறும்
அனைத்தும் அறிந்த பிதற்றலால் வாழ்வின் தேடல்கள்
தீரும்...

தேடல்கள் தீர்ந்த வாழ்விற்கு அர்த்தமேது ..?

வாழ்வின் அர்த்தத்தையே இழக்க செய்யும் இந்த
தலைக்கனம்தான் எதற்கு..?

❖ வறுமையின் நிறம் கருப்பு

வெளிச்சம் தொலைவிருக்கும்
மின்சாரம் காசு கேட்கும்
மிஞ்சிய எண்ணெய் விளக்கில்
உடல் ஒடுக்கும் இருள் கருப்பு

பகல் முழுதும் வேலை செய்தும்
கூலி காசு குடுமபத்துக்கு வேணும்
காலை முதல் பொழுது சாயும்வரை
வயிற்றை கட்டி பிணையும் பசி கருப்பு

வெயில் கொளுத்தும் சாலைகளிலும்
மழைக்கு பின் சகதிகளிலும்
செருப்பணியா கால்களில்
சிறப்பாய் தெரியும் தழும்புகள் கருப்பு

ஓயாத தாகத்தில் - தண்ணீர்
குழாய் வழி வரமறுக்கையில்
குடிநீர் ரூ 10 க்கு ஒரு ரூபாய் குறைய
கண்ணீர் திறக்கும் கருவிழி கருப்பு

மழை பெய்யும் காலங்களில்
வீட்டினுள் நீர் சேகரிப்பு
அதை உச்சி வழி வரவேற்கும்
வீட்டு கூரையின் ஓட்டை கருப்பு

கந்தல் ஆடைகளின் கிழிசல்கள் கருப்பு
கண்ணுக்கு தெரியா தியாகங்கள் கருப்பு

கனவுகள் கருப்பு
நினைவுகள் கருப்பு

மொத்தத்தில்
எங்கெங்கோ பண இருப்புகள் கருப்பாய் தேங்கும் வரை...
வறுமையின் நிறமது கருப்பே....

❖ பயணங்கள்

பயணங்கள் படிப்பித்தவை பல உண்டு

சன்னலோர பயணங்களில் வாழ்வின் சில நினைவலைகள்
நம்மை நனைத்து செல்லும்

முன்னிருக்கையின் குழந்தை சிமிட்டும் கண்கள்
ஆயிரம் கவிதை சொல்லும்

மூதாட்டி ஒருவர் இருக்கை தேடி அமரும்வரை கண்கள்
அவர்மீது கவனம் கொள்ளும்

கூட்ட நெரிசலில் நம் சகிப்பு தன்மை சலவை கொள்ளும்

எதிர்பாரா நிகழ்வாய் பாலிய ஸ்நேகிதன் பக்கத்து இருக்கையில்
பயணம் நீளாதா என நெஞ்சம் ஏங்கும்

முகந்தெரியா ஒருவரின் "நீங்க எங்க இறங்கணும்" என்ற கேள்வி
பயணமுடிவில் "நிச்சயமா வீட்டுக்கு வரணும் "
என்ற விடையில் முடியும்

கனவுகளை சுமக்குமோர் பயணம்
எதார்த்தங்களை விளக்குமோர் பயணம்
நிதர்சனங்களை உணர்த்துமோர் பயணம்

இவ்வாறாக ஒவ்வொரு பயணமும் ஒரு விடுகதைதான்
விடுவிக்கும் வேளையில் ஒரு கதையாக மாறும்

என்னுடன் சேர்ந்து பயணிக்கும் என் பேனாவுடன்
நான்...!

❖ ஐடி உலகம்

கணினி தட்டச்சுகளுடன் தாளம் போடும் விரல்கள்
வேலை கொஞ்சம் வலுக்கையில் தேனீர் தேடும்

இதமான தேநீர் ஒன்று - சிலருக்கு
ஆறாம் விரலோடு - பலருக்கு
ஆனந்த அலாவலோடு

இடைவேளை தீர்ந்து மீண்டும் கடவுச்சொல் windows
திறக்கும்

எதிர்பார்ப்பு, ஏமாற்றம், பயம், கோபம் என எல்லா
அழுத்தமும் பழகிய பொத்தான் Enter

வருட கணக்கில் உபயோகிக்கும் கணினியில்
உபயோகித்திராத   பொத்தான்களும் இருக்கின்றன

முகநூலில் பதித்த முகத்திற்கான Likes கணக்கெடுப்பிற்கு
அவ்வப்போது வேலை நேரம் கழியும்

இரவு முழுவதும் எண் எழுத்து வரிசை கனவுகளுடனே
விடியும்

மொத்தத்தில் கணினியுடன் பேசும் அனைவரும் mouse-
உடன் தான் வாழ்கின்றனர்

❖ சத்துணவு

பணிபுரியும் மாநகரத்தின் நவீன வணிக வளாகமொன்றில்
...
விடுமுறை நாளன்று
விரும்பும் உணவை தேர்வு செய்து சுவைக்க
அதற்கான வரிசையில் காத்திருக்கையில்
கடந்தகால நினைவுகள் என்னை கடத்தி சென்றது ...!

பள்ளி பருவத்தில் மதிய சத்துணவிற்கான வரிசை..
அந்த சலசலப்பு
உருளைக்கிழங்கு
முட்டை
விரல் ஊதும் சூடு
மறுமுறை கேட்க தடுக்கும் தயக்கம்
இவைகளை நினைத்து சிலிர்க்கையில்

பின்னிருந்தவர் வரிசை முன்னேறுகிறது என தோள்
தட்டினார்...

என் வாழ்க்கையும் முன்னேறுகிறது என நான்
மார்தட்டிக்கொண்டேன்...!

❖ **8.30 3C**

(தினமும் நான் பயணித்த என் பேருந்து பற்றிய கவிதை)

அன்றாட பேருந்து நிறுத்தம்

அதை தொடர்ந்து முக்கால் மணி நேர பயணம்

படி வரை பயணிகள் நிற்பினும் வேறு வழி இல்லை

அதுதான் கடைசி பேருந்து

அது அரசு உடைமை

அதனால் அங்கங்கே கொஞ்சம் ஓட்டை உடைசல்கள்

பிடித்து ஏறும்போது கையை கிழித்த நாட்கள் சில ...

தவறாமல் தினம் பார்க்கும் முகங்கள்

மறவாமல் புன்னகை சிந்தும் இதழ்கள்

"எங்க இறங்கனும் ..? " என்ற கேள்வியை
இப்பொழுதெல்லாம் நடத்துனர் கேட்பதே இல்லை

என்றும் ஏறி இறங்கும் பயணிகள் நாங்கள் ....

அந்த கூட்ட நெரிசலில் கிழிந்த பயண சீட்டை இறங்கும்
வரை காப்பாற்றுவது ஒரு ராணுவ போர் தான்,

மீதி சில்லறை இருப்பின் பாதி உயிர் அந்த சில்லறைக்கே
செலவாகிவிடும் ....

அரசியல் அந்தரங்கம்., சமையல் குறிப்பு ., விளையாட்டு
செய்தி ., விலைவாசி ..,என வானொலியில் அல்ல .....
வாயொலியில் கேட்கும் .....

இருக்கையின் இருப்போர் சிலரின் விரல்கள் கைபேசி
திரையை வேட்டையாடி கொண்டிருக்கும்

அதன் காதொலி வாலிரண்டை காதுகளில்
மாட்டிக்கொண்டு ....

சிலரின் கண்கள் கைக்கடிகாரத்துடன்
பேசிக்கொண்டிருக்கும்

நேரத்துக்குள் சென்றி விடலாம் என தன்னை
தேற்றிக்கொண்டு ....

அரசு தனியார் பள்ளி மாணவர்களின் அந்த சிறிதுநேர
நட்பு சிலிர்க்க வைக்கும்...

"இடிக்காம நில்லுங்க" என்றொரு மூதாட்டியின் குக்குரல்
சிரிக்க வைக்கும் ..

படி விளிம்பில் பயணி ஒருவர் நிற்பின் பல கைகள்
நீளும் ...

அவர் கை பிடிக்க....   பை பிடிக்க....

என் நிறுத்தம் வருவதற்குள் பல திருத்தம் காண்பேன்
என் குணத்தில் ....

8.30 - 3 C உருளும் ஒரு போதி மரம்

❖ அயல்நாட்டு வாழ்க்கை

ஊர் புதிது
மொழி புதிது
தட்பவெட்ப நிலை புதிது
ஏன்..? தனிமையும் கூட புதிதுதான் ...

வாகனங்களின் ஹார்ன் சத்தத்தில் துவங்கும்
ஒவ்வொரு நாளும்
Youtube - ன் தாலாட்டில் தான் முடிவடைகிறது ...

மதிய உணவிற்கு சண்ட்விச்
உணவின் நடுவே facebook
அதில் விவசாயி கண்ணீருக்கு Share & Like

உலகம் என் கைக்குள் கைபேசியாய்
அதில் உறவுகள் வெறும் Contacts - ஆக வாழ்கின்றனர்
...

விழாக்கால கொண்டாட்டங்கள் வீடியோ கால் - களில்
கழிகின்றது ...

இந்த AC காற்று பழகி போனாலும்
என் மண் தரும் புழுதி காற்றை என்னால் மறக்க
முடியவில்லை...

முட்டி நிற்கும் ஏக்கத்தை யாரிடமும் மனம் திறக்க
முடிவதுமில்லை ...!

சிலநாள் தூக்கம் கண்கட்டினாலும்
தூக்கம் என்றே பொய்யுரைக்கிறேன் ...

இரத்த பந்தங்களின் நலன் விசாரணையில்
மிக்க நலம் என உண்மை மறைக்கிறேன் ...!

கடிகாரம் துரத்த எதை தேடி ஓடுகின்கிறேன்..?
எல்லாவற்றையும் தொலைத்துவிட்டு ...

இந்த கான்கிரீட் காடுகளின் நடுவே
ஒரு காட்டுவாசியாய் ...

❖ காதல் பலவிதம்

சொல்லி வீழ்ந்தவை
இன்னும் சொல்லாமல் வாழ்பவை ...

பார்வையில் கரைந்தவை
பாதையில் கடந்தவை...

கனவாய் மறைந்தவை
கடைசிவரை கரம்பிடித்து வந்தவை ...

எனக் காதல் பலவிதம் ....!

ஒருமுறையேனும் அத்தருணமதை வாழ்வில்
தழுவியிருக்க வேண்டும் ...

நழுவ விட்டோரெல்லாம் மீண்டும் ஒரு பிறவியெடுக்க
வேண்டும்....!

❖ பாரதி காதலி செல்லம்மாள்

தமிழ் ஊற்று பாரதி - அவன்
சுவாசித்த காதல் கற்று செல்லம்மாள்

வாட்டிய வறுமையிலும் - அவள்
வற்றாத அன்புதான் அவன் பேனாவின்
தீராத மையாகிருக்க வேண்டும்...

விடுதலை போராட்டத்திற்கு விடைபெறும்போதெல்லாம்
வெற்றித் திலகமணிவித்தது அவள்
தாராள கையாகிருக்க வேண்டும்...

அவன் மீசை முருகன் கம்பீரம்
அவள் அள்ளி தெளித்த காதல் உரம்

அவன் தேசபக்தியின் பெருந்துணை
செல்லம்மாள் எனும் 'சக்தி' அவளே வாழ்க்கைத்துணை
...!

பாரதி வரிகளை வாசித்து சுவைக்கும் நமக்கே இத்தனை
பேரின்பம் - எனில்
அவன் கையெழுத்தில்
அவன் குரலில்
எத்தனை கவிதைகளை தன் காதல் மனைவிக்கு
முதலில் பரிமாறியிருப்பான் ...?

பாரதி காதலி பாக்கியசாலி ...!

பாரதி தமிழுக்கு ஒரு அடையாளம் ...
செல்லம்மாள் பாரதி காதலுக்கு ஒரே ஒரு அடையாளம்...!

❖ ஒரு தலை காதல்

போதையடி நீ எனக்கு
பேதையடி நான் உனக்கு
கற்ற தமிழ் கையளவு
கவிதை வார்க்க வாய்க்கவில்லை
கொச்சை தமிழ் பேசி உன்னை
கொஞ்சிடவும் எண்ணம் இல்லை
நீ அருகில் இன்றி வானம் பார்த்தேன்
வானவில்லில் வண்ணம் இல்லை
கெஞ்சி கெஞ்சி பிறக்கும்
காதல் பிச்சை தேவையில்லை
நான் எஞ்சி மிஞ்சி வாழ
உன் பார்வை ஒன்றே போதுமடி
உன் புன்னகை மழையிலே
என் காதல் தாகம் தீருமடி

❖ தொலைதூர காதல்

இடைவெளி அதிகம் இருந்தும் இதய மொழி புரியும் ..
இந்த தொலைதூர காதலில்
கண்களுக்கு கனவுகளை சுமப்பதை விட
வேறென்ன வேலை ..?

❖ நட்பினுள் காதல்

இதயம் தொலைந்ததாய் தொலைத்த இடத்திலேயே
முறையிடுகிறாள் இவள் ...
எடுத்து வைத்துக்கொண்டு எதுவும் தெரியாததுபோல்
அவளுடனே சேர்ந்து தேடுகிறான் இவன் ...

நட்பின் விதையில் துளிர் விடும் காதல் ...!

❖ அவள் பார்வை ...

ஆணின் வெட்கமதை அடையாளம் கண்டது அவள்
பார்வை ...
புரியாத மொழி வழி காதல் தந்ததும் அவள் பார்வை...
என்னவள் கண்களை வரி வரியாய் வாசிப்பேன்
வருடங்கள் போனாலும்
அவளுக்கோ நிமிடங்கள் போதும் என் பார்வை
தோற்கடிக்க ...
உருக்கத்தான் செய்கிறாள் உயிரை
அவள் பார்வையின் வெப்பம் கொண்டு ...
பார்த்துக்கொண்டே இரு
பார்க்க பழகிக்கொள்கிறேன்...!

❖ கூர்மையான உன் பார்வை என்னை
   குத்திக்கிழிக்கும் போதெல்லாம் பிறக்கிறேன் ...!

❖ எல்லாம் மாறியது ..!

எல்லாம் மாறியது
காதலின் பின் எல்லாமும் மாறியது ....!

தினம் நான் பார்க்கும் கண்ணாடி என்னை பார்ப்பதாய்
அம்மா திட்டும் வார்த்தைகள் இசையாய்
அப்பாவின் அன்றாட அறிவுரை அலாதி இன்பமாய்
கொந்தளிக்கும் தம்பியிடம் கொடை வள்ளலாய்
நட்பு வட்டாரத்தில் திடீர் நல்லவனாய்
காலை தினசரி ராசி பலனின் வாசகனாய்
மாலைநேர மஞ்சள் வானின் ரசிகனாய்
பூக்களிடம் பேசுபவனாய்
எப்பொழுதும் புன்னகை வீசுபவனாய்
ஒரு நாளின் இருபத்துநான்கு மணி நேரத்தை
உணர்ந்தவனாய்
ஒரு நிமிடத்தின் அறுபது நொடிகளை கடந்தவனாய்
கவிதைகள் திருடுபவனாய்
தினம் கனவில் அவள் விரல் வருடுபவனாய்
பறக்க துணிந்தவனாய்
மறக்க மறந்தவனாய்...

எல்லாம் மாறியது
காதலின்பின் எல்லாமும் மாறியது...!

❖ கனவில் விசாரணை ..

"சிறந்த பேச்சாளர்" விருது பெற்று
திரும்புகிறேன் ...

எதிரில் அவள்
ஊமையானேன் ...

வாழ்த்துக்கள் சொல்லி
அவள் கடந்த பின்புதான்
மூச்சு திறந்து
பேச்சும் பிறந்தது ...
நேரில் அவள் கண்கள் என்னை ஏன் ஊமையாக்குகிறது ?
இன்று இரவு கனவில்
இந்த விசாரணைதான்.

❖ சொல்ல தவிக்கும் காதல்

தமிழினில் ஒரு இலக்கணம் அது நீயடி பெண்ணே

இருவரும் ஒரு இலக்கியம் செய்வோம் வா என் கண்ணே

உன் நினைவலையில்
நான் நீந்தி திரிகின்றேன்
நீ கண் அசைத்தால்
என் காதல் தருகின்றேன்

உன் கையை பிடித்து கொள்ள
அள்ளி அணைத்துக்கொள்ள
ஏதோ தடுக்குதடி
அய்யயோ வேர்க்குதடி

வானில் பறக்கும் என்னை
வார்த்தை ஒன்று சொல்லி
தரையில் இறக்கி செல்லு
தலை கொஞ்சம் கோதி செல்லு

எனை மீண்டும் தாங்கும் கருவே
நான் சாய விரும்பும் மடியே

உயிர் துணையே...
நீ வேண்டும் என் வாழ்வின் விளிம்பு வரை

தமிழ் திமிரே...
நாம் வாழ்வோம் இவுலகம் அழியும் வரை...

❖ அவளின் காதல்..!

என் கண்களில்
உன் நிழலே
கருவிழியானதே

என் காதல்
தாகத்தில் - கடலும்
ஒரு துளியானதே

என் உயிரில் உறையும் உலகம் நீ
என் உணர்வில் உருகும் உறவும் நீ
என் வாழ்வின் வானில் மிளிரும் நீலம் நீ..

நிலவோடு குளிரும்
நீ பார்க்க தணியும்...
நில்லாமல் அதுவும்
உனை சுற்ற துணியும்...

கண்ணோடு காதல்
கதை ஒன்று பேசு
நான் கருவில் சுமக்க
உன் விதை ஒன்று வீசு...

என்னில் உன் நிழல்
என் உயிரோ உன் ஒரு துகள்

உன் சிணுங்கல் போதும் என் சிந்தை மயங்கிட....

காற்றோடு தொலைந்தேன்
கவிபாட துணிந்தேன்
நெடுநாளாய் வெறும் கல் நான்
நீ பார்க்க கனிந்தேன்

கடிகாரம் வெறுத்தேன்
ஒரு நொடி பிரிவும் மறுத்தேன்

நாம் தொலைத்த நாட்கள்
மீண்டும் விடிய தவித்தேன்

என் நெஞ்சில் கலவரம்
அங்கு உன்னில் என்ன நிலவரம்

என் உயிரில் உன் நினைவு
 நிரம்பி வழியுதே...

என் விரலோடு விரல்கள் நீ சேர்க்க வேண்டும்
தொலைதூர பயணம் நாம் போக வேண்டும்

உனை அள்ளி என்னுள் நான் முடிய வேண்டும்
உனை பிரியும் நாள் என் உயிர் பிரிய வேண்டும்

அன்பே உன்னால் நனைகிறேன்
அடயேனோ உன்னில் கரைகிறேன்

என்னை தேட தேட மீண்டும் தொலைகிறேன்..!

❖ அவனின் காதல்..!

மங்கிய மாலை
கதிர் மின்னிடும் வேளை
பார்த்தேனே உன்னை
மின்னிய கதிர்கள் உன் கண்களில் தோற்று
சென்று சேருதடி விண்ணை...

உனை தீண்டிய காற்றது
எனை உரசி செல்லவே
சிலிர்க்குதடி உயிரும்...
உன் கைகள் கோர்க்கவே
இதயம் சேர்க்கவே
துடிக்குதடி மனமும்....

நான் உன் நிழலாய் வர வேண்டும் இனி ஒவ்வொரு
நாளும்
நான் கரையும் மழையில் நீ குடையானால் வேறென்ன
வேண்டும்..

அழகிய காந்த விசையே...
என் இதயம் தேடும் இசையே...
கனவில் கூட தொடர்ந்து வருவேன் நீ செல்லுகின்ற
திசையை...

இலையுதிர் காலமாய்
இருவிழி ஓரமாய்
நான் பதுக்கி வைத்த காதல் எல்லாம் உதிருது
வேகமாய்...

என் காதல் உணர்கிறாள்
அவள் காதல் கசிகிறாள்
இருந்தும் இருப்பதை இல்லை என்று ஏனோ
நடிக்கிறாள்....

உன்னாலே உயிரினில்
கடும்போர் ஒன்று நடக்கையில் பார்க்க வா..
எனை மீட்க வா..

உன் குரலினில் உறையவே
உன் மடியினில் உறங்கவே
மீண்டும் எனைத் தாங்கும் தாயாய் வருவாய்...

❖ காதலிக்க சொல்லித்தரல

காதல் அள்ளி தந்த அவ எனக்கு
காதலிக்க சொல்லி தரல ...

என்ன அவ உலகமா கட்டி வாழ்ந்தவ
அவ உலகத்த நா எட்டி கூட பாக்கல

என் வலிக்கு மருந்து போட்டவ - அவ
காயம் நா தேடி தெரிஞ்சுக்கல

காதல் உச்சம் ஏதாது ஒரு நாளுல
என வேணும்னு கேட்டா
என் மீசை முறுக்கி சிரிப்பா
அவ காதல கொட்டி தீர்ப்பா ...

காதல் அள்ளி தந்த அவ எனக்கு
காதலிக்க சொல்லி தரல ...!

❖ ஆண்மையின் வெட்கம் அழகு

நான் பதுக்கி வைத்த என் காதலை
பத்திரப்படுத்தும் என் காதலிக்கு
புடவை பரிசளித்தேன் ...

நாளை அவள் அதை உடுத்தி வருகிறாள் ...
மங்கிய ஒப்பனைகளிலும்கூட என்னை படுத்தி எடுக்கும்
அவள் அழகும் அடக்கமும் ...
நாளை என்னென்ன செய்ய போகிறதோ ..?

இரவின் நொடிகளை பல கற்பனைகளோடு கரைத்து
காத்திருக்கிறேன் ...

புது பூவாய் வந்தவள்
வான் மிதக்கும் என்னை நிலம் மீட்கிறாள் ...

புருவம் உயர்த்தி "எப்படி இருக்கு ?" என்ற அவள்
கேள்விக்கு
மீசை முறுக்கிய என் வெட்கம் பதிலானது ...

அவள் : " உனக்காக புடவை வாழ்வில் இரண்டாவது
முறை "
நான் : " உன்னால் வாழ்வில் வெட்கம் முதல் முறை "

❖ காத்திருப்பின் அடுத்தகட்டம் ..?

ஏதோ ஒரு பார்வைக்காக காத்திருக்கும் புன்னகை

ஏதோ ஒரு ஸ்பரிசத்திற்காக காத்திருக்கும் வெட்கம்

ஏதோ ஒரு கேள்விக்காக காத்திருக்கும் பதில்

ஏதோ ஒரு பதிலுக்காக காத்திருக்கும் கேள்வி

ஏதோ ஒரு தாலாட்டுக்காக காத்திருக்கும் உறக்கம்

ஏதோ ஒரு விடியலுக்காக காத்திருக்கும் இரவுகள்

காத்திருப்பின் கடைசிக்கட்டம்
இன்னும் ஆழமான காத்திருப்பு...

திருந்தாத மனது ..!

❖ வெட்கம் இத்தனை அவஸ்தையா..?

பெயர் முகந்தெரியா உன்னை நினைக்கும்போதெல்லாம்...

என் இதயம் துடிப்பது கேட்கிறது
மூச்சு என் நுரையீரல் நுழையும் வழி தெரிகிறது

இப்படியாகத்தான் உயிர் இயங்க வேண்டும் என்பது
விளங்கி ,

எங்கோ இருக்கும் என்னவனுக்காகத்தான்
இயங்குகிறது என்பதும் புரிகிறது.

இது தான் வெட்கம் என்றால்

** வெட்கம் கொஞ்சம் அவஸ்தை தான்!!! **

❖ பெண் பார்க்கும் நாளன்று....

உரிய உடை அலங்காரத்திலும் ஒப்பனைகளிலும்
அன்று மட்டும் ஏதோ ஒன்று குறைவதாய் குழம்பினேன்

அம்மா நகை சரி செய்தும்
அத்தை புடவை சரி செய்தும்
அப்பா பயத்தை மறக்க செய்தும்
அண்ணன் புன்னகை மலர செய்தும்

ஏதோ ஒன்று குறையத்தான் செய்தது ...

வந்தவன் 'வெட்கம்' அணிவித்தான்
முழுதானேன்...

❖ ஒரு முத்தமொன்று வேண்டும்

குளிரூட்ட காற்று இருக்கிறது
கழுத்தை அணைத்து தலையணை இருக்கிறது
முழுதாய் போர்த்த போர்வை இருக்கிறது
மெது மெதுவென மெத்தைக்கூடத்தான் இருக்கிறது
ஆனால் தூக்கம் ஏனோ வர மறுத்தது

விசாரணைக்குப்பின் தான் தெரிந்து கொண்டேன்
என் கண்கள் கிரங்க உன் முத்தமொன்று வேண்டுமாம் ...

என் நெற்றியில் நீ பதிக்கும்
அந்த முத்தத்தின் ஒரு நொடி சத்தம்தான்
என் முழு இரவுக்கான தாலாட்டு ...

❖ என் கணவன்

சதா சாய்வதற்கு சாதுவான தோள்கள் வேண்டும்....
மங்கையிவள் மயங்கிக்கிடக்க மணவாளன் மார்பு
வேண்டும்.

ஒப்பனைகள் செய்யும்போது ஒளிந்திருந்து பார்க்க
வேண்டும்...
எல்லாம் தெரிந்தும் என்னிடம் தோற்க வேண்டும்.

ஓரளவு சமையலையும் "ஓஹோ!" என துதிக்க
வேண்டும்...
நள்ளிரவில் துயில் கலைந்தால் என் நெற்றியில்
சத்தமின்றி முத்தமொன்று பதிக்க வேண்டும்.

நிஜமான பொய்களையும், பொய்யான நிஜங்களையும்
நிலா வெளிச்சத்தில் பேச வேண்டும்....
அலுவலகத்திற்கு செல்லுமுன் பிரியாவிடை
பார்வையொான்றை வீச வேண்டும்...,

அப்பார்வையில் மங்கையிவள் உறைந்துபோக - என்
நிலை தான் இவளுக்கும் என உணர்ந்து போக வேண்டும்.

என்னுயிர் நீயடி...   என விளக்கும் புன்னகை வேண்டும்....
பண்டிகைதோறும் பொன் நகையொன்றும் வேண்டும்...

தோல் சுருங்கும் வயதினில் தேவைகள் தேடியறிய
வேண்டும்...
பார்வை மங்கும் வயதினிலும்
விழி மொழி புரிய வேண்டும்.

விடியும் ஒவ்வொரு நாளும் மற்றுமொரு காதல்
கவிதையாக வேண்டும்....
விடியா எங்கள் கடைசிநாள்
உயிர்காதல் விதையாய் மண்ணில் வீழ வேண்டும்...

❖ இனியதொரு இரயில் பயணம்

என்னவனுடன் முதல் இரயில் பயணம்

இரயில் சத்தம் தாண்டியும் எங்கள் இதயத்துடிப்பு
கேட்டது

அந்த தண்டவாள பயணம் எங்கள் சிறுவயது வண்டவாள
கதைகளை வாசிக்க செய்தது

பேசி தீர்ந்த பின் எங்களிடம் நிலவிய அமைதி
அத்துமீறும் அடுத்தகட்டம் யோசிக்க செய்தது
வாங்கி கொறித்த தின்பண்டங்களில் ருசி
பரிமாறிக்கொண்டோம்

அதன் ஒருவர் பங்கு தீர்கையில் பசியும்
பரிமாறிக்கொண்டோம்

கைபேசியின் காதொலி வாலிரண்டின் மூலம் சொல்ல
நினைத்த காதலை பாடலாய் பரிமாறிக்கொண்டோம் ...
அதன் ஆசிரியர்களுக்கு நன்றிகள் ...

இரவு உணவு தேர்ச்சியில் என் விருப்பமதை நிறைவேற்ற
தகுதி பெற்ற தாரமாய் பயணித்தேன்

அதன் பின் துயில்ந்த அவன் முகம் மழலை சாயல்
காட்ட
அந்த நிமிடங்கள் அவன் தாயாகவும் பயணித்தேன் ...

இது இனியதொரு இரயில் பயணம்...!

❖ என்னவனுடன் ஏரிக்கரையில்

வீசிய காற்றில்
பேசிய மௌனம்
தேடிய சொற்கள்
வாடிய வாலிபம்

வேகம் கூட்டம் இதயம்
ஆழம் காட்டும் மூச்சு
இவற்றின் நடுவே காரணமேயின்றி கட்டவிழும் புன்னகை

இரு பார்வை மோதும்போதெல்லாம் பைத்தியமானேன்
மறுபார்வையில் அவன் என் வைத்தியனான் ...

கொட்டி தீர்க்க எடுத்து சென்றேன் கோடி கதைகளை ...
அதை தட்டி கவிழ்த்தே தந்து மகிழ்ந்தான்
வெட்கங்களை...

ஏதோ ஒன்று தடுக்க உரையாடல் உறைந்து போனது
நிமிடங்கள் கரைய தடுத்த தயக்கங்களும் நீராவியானது..!

என்னவனுடன் ஏரிக்கரையில்...!

உன்னுடன் வாழப்போகும் நாட்களை
எண்ணும் நொடிகளே சொர்கம் காண்பிக்கிறது
எனில்
வாழும் நொடிகள்...?

    ❖   அவன் வசித்து சிரிக்கும் எனது
        கிறுக்கல்களுக்கெல்லாம்
கவிதை என நானே பெயர் சூட்டிக்கொண்டேன்

       கவிஞர்கள் மன்னிக்கவும் ..!

அவன் சட்டையை சலவை செய்யும்போதெல்லாம்
காதலோ கோபமோ
அந்த காலர் நம் கைக்குள் தான் ...!

    ❖   தேவதையாய் வீதியில் ஒருத்தி
        தென்றலாய் என் திசை நகர்கயில்
எச்சரிக்கை விளக்கை வகிடு பிரித்தது குங்குமம்

❖ இல்லறம்

அன்பும் அக்கறையும்
ஆர்வமும் ஆறுதலும்
இடைவிடா நம்பிக்கையும்
ஈட்டுதரும் துணைதனை
உண்மை மனதோடு
ஊர் போற்றும் ஒழுக்கத்தோடு
என்றும் காதல் கசிய
ஏறு வரிசை பேறு காண
"ஐ !!!" என அதிர்ச்சி இன்பங்கள் பரிசளிக்க
ஒரு சேர் மனதோடு விட்டுக்கொடுத்து
ஓராயிரம் கூடலிலும் இணக்கத்தோடு
ஔவித்தல் என்பது அறவும் இன்றி வாழ்வாய் ஆயின்
அஃதே இன்பம் தரும் இல்வாழ்க்கை ஆகும்....

❖ கருவுற்றவளின் கவிதை

உன்னை வரனாய் பெற்று
உன்னால் கருவுற்ற தாயாய் நான்
என்னை குழந்தையாய் தாங்கும் நீ...!

நீ வடித்துவைக்க
நான் உடல் வளர்க்கும் உயிர் சிலையொன்று
நம் கைகளில் தவழும் நாள் விரைவில்...

அன்றிலிருந்து நம்மோடு கரையும் நொடிகள்
நமக்கான வாழ்க்கை கவிதைகள்

❖ தாலாட்டு

கண்ணுறங்கு கண்மணியே
கண்மசிமிட்டும் மின்மினியே...

என் மலடுதிர்த்த மலரே
தாய்மை தந்த தளிரே
என் கருவறை பதுக்கிய காதல் பரிசே ...!

உயிர் வலி பொறுத்து
ஊணுக்கி உனை புறந்தள்ள

என் கொடி நுனியில் பூத்த பூவாய் நீ...
என் ஆயுளும் சேர்த்து வாழ்வாய் நீ ..!

❖ முதல் முறை

கருவுற்ற மகிழ்ச்சி முதல்முறை
மசக்கை முதல் முறை
தள்ளிய வயிறு முதல்முறை
பிரசவம் முதல்முறை
வலியும் சுகமும் ஒன்றாய் முதல் முறை
உன் அழுகுரல் முதல்முறை
முளைப்பால் முதல்முறை
தாய்மை முதல்முறை

உன்னால் நான் ஒருமுறை மட்டுமே சந்தித்த இத்தனை
முதல்முறையும் வரங்கள் ...!

❖ சிறுபிள்ளைத்தனம்

மழலை பிள்ளை உறங்கும் நேரம்
ஏனோ தனிமை உணர்கிறேன்

உறங்க வைத்ததும் நான்தான் ...
உறக்கம் கலைய காத்துக்கிடப்பதும் நான்தான் ...

இது தாய்மையின் ஒரு சிறுபிள்ளைத்தனம் ...!

❖ என் உறக்கம் கலைக்கும்
உன் பொய் அழுகை கேட்கவே
பொய்யாய் உறங்குகிறேன் பல நேரங்களில்...!

❖ கவிதை பற்றிய கவிதை

படம் பார்த்து கதையும் சொன்னதுண்டு
கவிதையும் சொல்வதுண்டு...
என் மகள் என் விரல் பிடிக்கையில் படம்பிடித்த எனக்கு
அதை விவரிக்க வார்த்தைகள் கைகூடவில்லை

ஏனெனில் இதுவரை நான் எந்த கவிதை பற்றியும் கவி
பாடியதில்லை

இந்த முதல் முயற்சியில் இன்னும் முயன்றுதான்
கொண்டுதான் இருக்கிறேன்

நான் பார்ப்பது என் வாழ்வின் ஆழம் உணர்த்தும் அழகிய
ஒரு கவிதை...!

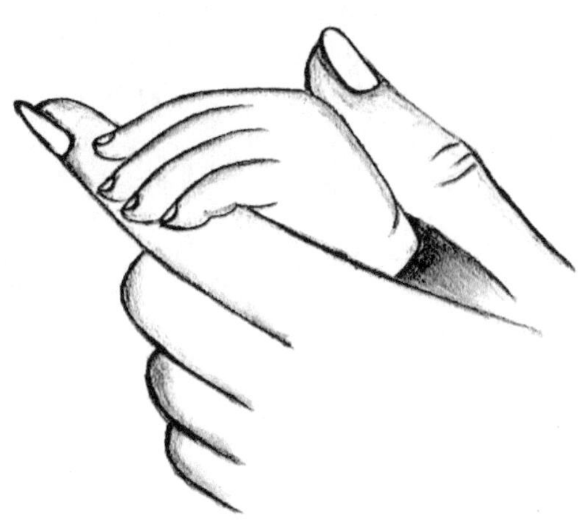

❖ என் கை பிடித்துக்கொள்
உன் இலக்கை விளக்கு
அதன் பாதை நான் பர்த்து தர
நீ முன் செல் ...

நான் சில நேரங்களில் வழிகாட்டி
பல நேரங்களில் வெறும் வழித்துணை ...!

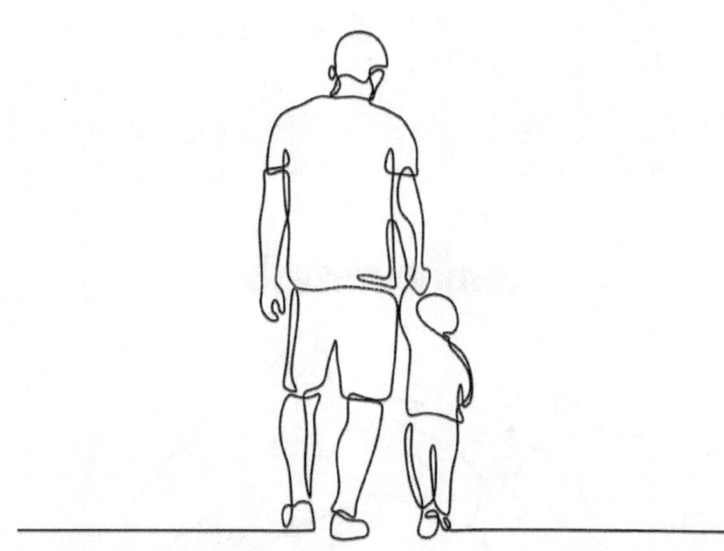

66

சமீப நாட்களாக என்னை பதட்டப்படுத்தும் இசை
என் பிள்ளையின் அழுகுரல்
இன்றும் அவளதை இசைக்க
நான் பொம்மைகள் பல காட்டினேன்...
அவள் அவைகளை மதிக்கவில்லை...!

என் முக பாவனைகளை மாற்றி அவளருகில் சென்றேன்...
அவள் அனுமதிக்கவில்லை.

சன்னல் மேசையிலுள்ள என் கைபேசி கைகொடுக்கும்
என நகர்ந்தேன்

தன் தாடை பதிய என் தோற்பட்டையில் அச்சன்னல் வழி
விழி வீசியவள்
ஒரிரு வினாடிகளில் அமைதியானாள் ...!!!

பெய்தோய்ந்த மழையின் ஈரத்தை தாங்கிய மரத்தை
அதன் கிளைகளை
அவற்றின் இலைகளை
ரசிக்க ஆரம்பித்தாள் ...

நீர் தங்கியிருந்த அவளது கண்களில்
கவிதைகள் தேங்க தொடங்கியது ...

அவளுக்கான பேனாவில் நான் மை நிரப்ப
தொடங்குகிறேன் ...

நாளை அவள் பேனா என் கவி திருத்தும் ...!

❖ நினைப்பவற்றை எல்லாம் முடிப்பதில் இல்லை
வெற்றியும் மகிழ்ச்சியும்
நிலைபவற்றை நினைத்து முடிப்பதில் உள்ளது ...!

கடந்து செல்லும் ஒவ்வொரு நொடியும் ஏதோ ஒன்று
சொல்லிவிட்டுத்தான் செல்கிறது
சில நொடிகள் அசச்சுறுத்தலாகவும்
சிலநொடிகள் அறிவுரையாகவும்
சில நொடிகள் அனுபவமாகவும்

உற்றுத்தான் நோக்கினால் சில நொடிகள் ஆறுதலாகவும்
கூடத்தான் நகர்கிறது ...

"காலம் சிறந்த மருந்து" ஆகச்சிறந்த பழமொழி ..!

தேநீர் மணம்
சன்னல் வழி தென்றல்
லேசான சாரல்
மனதை வருடும் மெல்லிசை ...
ஆஹா..!
இந்த குவளைக்குள் சொர்கம் ஒன்று...

❖ இதன் அதீத சூடே என் கொந்தளிப்பை
            குறைக்கும்
இது தொண்டைக்குள் இறங்கும் ஒரு திரவம் தான்
ஆனால் மண்டைக்குள் செய்யும் மாயஜாலம் தனி ...

என் திகட்டும் தனிமையிலும்
நான் தேடும் அமிர்தம் தேநீர் ....!

❖ வந்து சேரு !

நா வாங்கி வந்த வாழ்க்கை ஒன்னு
அத வரமா மாத்த வந்து சேரு

உனக்கு ஏங்கி நிக்கும் ஏழையானேன்
உறவே என்கிட்ட வந்து சேரு

பசி தூக்கம் பறிபோச்சு
பாவம் பாத்து வந்து

நடுநிசியும் உன் நினைப்பு
என் சோகம் தீர்க்க வந்து சேரு

தனிமை என்ன துரத்துது துணையா நீயும் வந்து சேரு
வெறுமை என்ன விரட்டுது என் உசிர் நிரப்ப வந்து சேரு

வலியோட வாழ்ந்துட்டு இருக்கேன்
என் வழி பார்த்து வந்து சேரு

துளி கண்ணீர் கூட மிச்சமில்ல
என்ன அழவைக்கவாச்சும் வந்து சேரு

❖ என்ன செய்வேன்

மறக்க வேண்டும் என்று நினைக்க நினைக்கத்தான்
அதிகம் நினைவில் நிற்கிறாய் ...!

நினைக்கும்போது மறக்க வேண்டும் என்பதே மறந்து
விடுகிறது

நிழற்படங்களை கிழித்து எறியலாம்
நினைவலைகளை என்ன செய்வேன் ..?

❖ அப்பாவின் ஆட்டோகிராப் நோட்டு

தொலைபேசி அலைபேசி என்று எந்த ஒரு தாக்கமும் இல்லாத
எழுபது, எண்பதுகளின் கல்லூரி கடைசி நாட்களில்
இந்த ஆட்டோகிராப் நோட்டு அங்கும் இங்குமாய் வலம் வரும்...

எங்கள் வீட்டு வெள்ளையடிப்பின் போது அப்பாவின்
ஆட்டோகிராப் நோட்டு சிக்கியது....
அப்பாவுடனே அதை சேர்ந்து படிக்கவும் நேர்ந்தது....

புதிதாய் படிப்பது போல அப்பாவுக்கும் அதே ஆர்வம்....

முதல் பக்கத்தில் சில வாழ்த்து வரிகள், ஒரு
திருக்குறளுடன் 'சுவாமிநாதன்' என்ற கையெழுத்து...
இவர் தமிழ் ஐயா என்று அவரின் உருவத்தில் இருந்து பேசும்
தோரணை வரை சிரித்துக்கொண்டே செய்து காட்டினார்
அப்பா....

இரண்டாம் பக்கத்தில் இருந்து நண்பர்கள்...
லோகேஷ்வரன் - லோகு
முருகானந்தம் - முறுக்கு
சக்திவேல் - சர்க்கரை
ஜோசப் - சோடா
ஜாவித் - சாவி எனக் கேலித்தனமான பட்டப்பெயருடன்
கையெழுத்தும் முகவரியும்....
'கல்யாணத்துக்கு மறக்காம கூப்பிடு ' என்ற வரி
அழுத்தமாக எழுதப்பட்டிருந்தது...

பெண் தோழிகள் பலர் 'கல்யாணத்துக்கு கூப்பிடுறேன்
கண்டிப்பா வரணும்' என எழுதி இருந்தனர்....

இவற்றுடன் ஒட்டிய மயிலிறகு,
காய்ந்த தாமரை பூ இதழ்கள்,
ஒரு தலை ராகம் திரைபட டிக்கெட்கள் ஐந்து,
நண்பர்களிடமிருந்து வந்த கடிதங்கள்,
திருமண அழைப்பிதழ்கள் என பல சேகரிப்புகள்...

அவற்றின் வரலாற்று நிகழ்வுகளை, நினைவுகளை அப்பா
விவரிக்கத் தொடங்கினார்...

நாற்பது வருடங்களான அந்த காகிதங்களின் வாசம்
அப்பா சொல்லிக்கொண்டிருக்கும் அவரது கதையோடு
பயணிக்க செய்தது...

ஒவ்வொரு பக்கத்தை புரட்டும் போதும்
அவரின் கண்களும் இதழ்களும் கட்டுபாட்டில் இல்லை...

மீண்டும் இளைஞனாய் தலைகோதினார்...
குழந்தையாய் சிரித்தார்....

என் அலைபேசியில் ஆயிரம் எண்கள் இருக்கின்றன...
உடன் படித்தவர்கள் பழகியவர்கள் என வெறும் எண்களை
மட்டும் தான் அது சுமக்கிறது....

நண்பர்கள் சூழ எடுத்த புகைப்படங்கள் ஏராளம்
இருந்தாலும்...
நாளை நான் அவைகளை எடுத்து பார்க்கும்போது அப்பாவுள்
நிகழும் ஏதோ ஒன்று என்னுள் நிகழுமா என்பது சந்தேகம்
தான்....!

புகைப்படங்கள் பேச தவறிய சிலவற்றை கையெழுத்து
பேசுகிறது...!

இன்று அலைபேசியில் சிறைபட்ட நட்பு
அப்பாவின் ஆட்டோகிராப் நோட்டில் அழகான வாசம்
வீசுகிறது....!

இந்த காகிதங்கள், கடிதங்கள் சுமக்கும் உணர்வுகள் கால
சுழற்சியில் கைப் பெட்டிக்குள் புதைந்து போனது
என்பதுதான் உண்மை..!!!

❖ பட்டாளத்தான் மனைவி

மணமுடித்த மறுமாதம் என்னைவிட்டு எல்லை சென்ற
கணவர்

கனவில் மட்டும் கட்டித்தழுவி...

அவர் புகைப்படங்களை முந்தானையால் தினம்
துடைத்து...

கோயில் குளமென கைகோர்த்து செல்லாமல்...

கருவுற்ற செய்தியை கண்பார்த்துச் சொல்லாமல்....

தொலைபேசி திரையில் தெரியும் அவர்
பெயருக்காகத்தான் என் ஒவ்வொரு நாளும் விடிகிறது,

பெயர் தெரியா நாட்களும் உண்டு,

அந்நாட்களை எந்நாட்காட்டியில் நான் சேர்ப்பதில்லை.

ஏழு மணி செய்திகளில் காஷ்மீர் துப்பாக்கி சூடு
காணொளி...

அடுத்த அழைப்பு வரும்வரை
கதிகலங்கி பித்தாகிப்போகும் மனது...

என் உப்பிய வயிற்றை உற்று உற்றுதான் பார்க்கிறார் -
video call களில்...
தொட்டு தழுவ தவறியவர்.

உலகமே,
உங்கள் வீரிய விஞ்ஞான வளர்ச்சியால் சிலநாட்கள்
தீவிரவாதம் நிறுத்துங்கள்,

பிள்ளை பெற்றெடுத்து பெயர்சூட்டியபின் கணவரை
மீண்டும் அனுப்புகிறேன்..,

சில ஆண்டுகளில் பிள்ளையையும் அனுப்புகிறேன்.

இப்படிக்கு
பட்டாளத்தான் மனைவி

❖ மாற்றம்..!

கோயில் வாசலில் பூக்கள் விற்கும் கைம்பெண் ஒருத்தி
அன்றைய மிச்சத்தை டிராபிக் சிக்னலில் எவரிடமாவது
விற்றுத்தீர்க்கும் வித்தைக்காரி ...

இன்று கடைசி இரண்டு முழம்
கார் கண்ணாடி ஒன்றை தட்டுகிறாள் ...

மாலையும் கழுத்துமாய் மணமக்கள் இருவர்...

பூ மறைத்து
புன்னகை விரித்து
தலையாட்டி நகர்கிறாள் ...

பூ மறுக்கும் நிராகரிப்பு - அது வியாபாரம்
அவளை ஒதுக்கும் நிராகரிப்பு - அது வலி...

என்றோ சூடு கண்ட பூனையாய் - இன்று
அவளாகவே ஒதுங்கிக்கொண்டாள்...

இன்னும் சில சமுதாய சிக்கல்களில் சிறைப்படுகின்றனர்
இவளை போன்றோர் ...

மாற்றம் நம்மிடமிருந்து...!

❖ பிச்சையெடுப்பவளின் தாலாட்டு

ஆராரோ ஆரிராரோ

கண் விழித்து தூக்கம் மற
நான் கை நீட்டி பிச்சை பெற
என் முளைப்பாலில் கொஞ்சம் மிச்சம் வை
உன் அடுத்த வேளை பசி தீர

கோடி இருந்தா கூட்டம் சேருது
லட்சம் இருந்தா புகழ் உச்சம் போகுது

ஒரு வாய் சோத்துக்காக இங்கு சில கூட்டம்..
இத எங்க சொல்லி நா அழட்டும்

கலியுக கையேந்திகள் - நாம்
சிலைகள் நிழலில் வாழும் சிலந்திகள்

முன்னோர் செய்த பாவம்தான் நம்மை சாய்த்ததாம்
உன் பாட்டன் செய்ததோ விவசாயம் தான்

வறுமை கோடு என்பது இங்க எதைத்தான் காட்டுது
அந்த கோடு வரைந்த மேட்டின் கீழ்தான் நாட்டின்
இன்னோரு பக்கம் இருக்குது ...

இதயம் வித்தாது
உன்ன படிக்க வைக்கிறேன்
என் உடல் இத்தாலும் உன்ன நிமிர வைக்கிறேன் ...
பண போதை ஏத்திக்காத
சாதி போர்வை போத்திக்காத
உண்மை பேசி
உழைப்பை நேசி

உயிர் போறதுக்குள்ள ஒரு முறை விவசாயம் செய் ...

இல்லை என்று சொல்வோர்க்கு இயன்றவரை உதவு

இறந்தகாலம் நினைவில் கொள் ...

என் பசியெல்லாம் சேர்த்து வைக்கிறேன்
என் தாகமெல்லாம் தேக்கி வைக்கிறேன்
கர்ணா நீ வளர பாத்திருக்கிறேன் ...

ஏழைபாழை எல்லாருக்கும் நீ தர்மம் போட
அந்த வரிசையின் கடைசியில நா காத்திருக்கிறேன் ...

ஆராரோ அரிராரோ ....

கண் விழித்து தூக்கம் மற
நான் கை நீட்டி பிச்சை பெற...

❖ இலந்தங்கிணறு

நின்ன இலந்தமரம் அத வெட்டி
அங்க கிணறு தோண்ட
கிணறு பேரே இலந்தங்கிணறு ஆச்சு

பழங்குடுத்த மரங்காணும்
ஊஞ்சல் தொங்கும் கிளை காணும்
கண்கட்டி ஓடி மறைய இடங்காணும்ணு

பள்ளி போகுற வழியெல்லாம் அந்தகிணத்த மொறைச்சு
மொறைச்சு போறதுண்டு

கொளுத்துற கோடைல ஊர உலுப்புற தண்ணிப்பஞ்சம்
போன வருஷம் வரை எங்காத்தா பக்கத்து கிராமம்
போய் வருவா
இரண்டு குடம் தண்ணி ஏழு நாள் கணக்கு

இந்த வருஷமும் கோடை விடுமுறை குடந்தூக்கியே
போயிடும்ணு நினைக்க
இலந்தங்கிணறு தண்ணி கொடுக்குது - வேணாம் ராசா நீ
விளையாடுன்னு ஆத்தா சொன்னா

தண்ணி குடுத்த கிராமமும் தண்ணிக்கு வந்து நின்னாங்க
உள்ளூர் கிணறு, ஊர்காரன் திமிருனு
காலர் தூக்கிதான் நடந்தேன்

12 வயசுல நீச்சல்
15 வயசுல பாய்ச்சல்
18 வயசுல துண்டுபீடினு

இலந்தங்கிணறு என் முகவரியாச்சு.....

என்ன கட்டி வந்தவ சீதன குடத்துல அந்த கிணத்து
தண்ணிதான் ஏந்தி வந்தா

தொழிற்சாலை திறக்கிறேன்னு சில தொல்லைவாதிகள்
நுழைஞ்சானுங்க
எங்கிணத்து தண்ணி அம்புட்டையும் குழல் போட்டு
உறிஞ்சுனானுங்க

வாழ்வாதாரம் ஒன்னு இப்போ வத்திதான் போய்டுச்சு
குதிச்சு விளையாடுன கிணறு இப்போ குப்பைக்கூளம்
ஆயிடுச்சு

மொட்டகிணத்துல விவசாயி விழுந்து சாகுறான்னு
கிணத்த மூடிச்சு அரசாங்கம்

சிரிக்கவா அழவான்னு தெரியாம குழம்பிப்போய் நா
நிக்க
என் மருமக வந்து சொல்றா " மாமா water can
வந்திருக்கு
வாங்கி வைங்க ...! "

இ(ல)ழந்த(ங்) கிணறு

இரங்கல்களுடன்
நான்

❖ கடற்கரை காந்தி

இல்லாத பணமும்
இயலாத பரிந்துரையும்
அவமானங்களை பரிசளிக்க
தேடல் எனும் முடிவிலியில்
சோர்ந்தேனோ..? தோற்றேனோ..?
இனி தேடலாகாது எனும் முடிவில்,
தேடத் துணிந்தேன் என் முடிவை....

எப்பொழுதுதான் வருவாய்..? என வந்து வந்து என்னை
அழைத்துப்போகும் கடலலையை கொஞ்சம் காத்திருக்கச்
சொன்னேன்.

பிறந்ததை தவிர என் தவறொன்றுமில்லை என்ற பல
தத்துவங்களோடு

என் சடலத்தில் சாய்ந்துருகும் தாய்...
என் மரணச் செய்தியில் இடிந்துரையும் தந்தை...
இவற்றை பெருங்கடல் வானத்தில் திரையிட்டு
காண்கிறேன்....

காட்சியின் நடுவே,
கனங்குறைந்த சுண்டல் பெட்டியுடன் களைத்தோய்ந்த
சிறுவனின் பிம்பம்...

என் குடலை பிணையும் மரணபீதியை பசி என பாவித்து
சுண்டல் சுவைக்க எண்ணினேன்...

அவனிடமிருந்து சுண்டல் பெற்று
சட்டைப்பையில் ஒட்டியிருந்த கடைசி 10 ரூ நோட்டை
நீட்ட
கல்நெஞ்சக் காற்றதை களவாடிச் சென்றது.

சுளித்த முகத்தோடு
சுண்டல் திருப்ப முயன்றேன்...

சிரித்த சிறுவனோ
' நீங்கள் கொடுத்ததை சரியாக வாங்காதது என் தவறு '
என்று சொல்லி நகர்ந்தான்.

அவிழ்ந்த சுண்டல் என் கண்ணீரில் மீண்டும் ஊறியது.

நான் கடந்த என் வாழ்வின் ஒவ்வொரு நொடிக்கும்
எனையே பொறுப்பேற்கச் செய்தான்.

'வா' என்ற கடலலையோ என்னை வாழ வழியனுப்பி
வைக்கிறது.

எழுந்து நின்று எட்டிப் பார்த்தேன்
சற்றுத் தொலைவில் அவன் -
விற்கும் சுண்டலுக்கு காற்றை எதிர்த்தே காசு பெற்றான்
கனகச்சிதமாக...

இவ்வாறு
ஒவ்வொரு விற்பனைக்கும் காற்றுடன் அகிம்சை
கொண்டாடும் அவன் ஒரு கடற்கரை காந்திதான்.

❖ இறுதி ஊர்வலம்

குளுந்த பெட்டிக்குள்ள
நான் வறண்டு படுத்திற்கென்
நா கட்டினவ கதவோரமா கதிகலங்கி கிடக்கிறா
கண்ணுக்கு கண்ணா நா பெத்த ரெண்டு
என் கை கிட்ட கால் கிட்டையுமா கதறி அழுகுதுக..
மருமக்கமார் ரெண்டும் மகன் இல்லா குறை தீக்க
பொறுப்பேத்து அலையுதுக...
பேரன் பேத்தியெல்லாம் தாத்தா இன்னும் முழிக்கலயானு
வந்தவுகள கேக்குதுக..
அழுது ஒஞ்சு அமைதி நேரத்துல....
தூக்றோம்.. நேரமாச்சுனு... தூரத்து பந்தம் ரெண்டு
உருகுலைக்க...
ஒனு ஓலம் விட்டு ஒப்பாரி வச்சு...
எண்ணெய் தேச்சு குளிக்க வச்சு
ருசி மறந்த வாய்க்கு அரிசி போட்டு
உறவு கூடி ஊர் கூடி
தாயார் பாடி
தயாரானேன்......
நான் உயிர் விட்டு ஒரு நாளாச்சு
ஆனா நான் வீடு தாண்டி நகரும்போது தான் உயிர்
போச்சு
சொந்தமெல்லாம் சூழ நடக்குது
சொர்கம் என் பக்கம் நகருது
இறுதி சடங்கு நடந்து முடிய
என் 70 வருஷம் எங்க போச்சு
நாம பிறந்தது உண்மை
போறதும் உண்மை
நடுவுல மட்டும் ஏன் பொய் சேர்க்றோம்......
நல்லா வாழுங்க....
நா வாரேன்.....

❖ மருத்துவர்கள்

ஒவ்வொரு மனிதனும் வேண்டித் தவிக்கும் வரம்
ஆரோக்கியம்...
அதை பெற்றுத்தர சில மனிதர்கள் மட்டும் புரியும் தவம்
மருத்துவம்...

இரத்தம் நனைந்த கைகள்
கழுவினால் கரை போகும்....
தன் நோயாளியின் இதயத்துடிப்பில் மட்டுமே அவர்கள்
மருத்துவம் தலை நிமிரும்.

ஒவ்வொரு பிறப்பிலும் அவர்களுக்கும் பொறுப்புண்டு
ஒவ்வொரு இழப்பிலும் அவர்களுக்கும் வலிகள் உண்டு

ஒரு தனி மனிதனின் வாழ்வில் ஒரு வருடத்திற்கு ஒரு
பிறப்பு ஒரு இழப்பு எனக் கொண்டால்...

மருத்துவர்கள் மட்டும் தனது ஒவ்வொரு
நிமிடத்திற்கும் பொறுப்பேற்கிறார்கள்...

சுயநலம் என்ற வார்த்தை இவர்கள் அகராதியில் இல்லை

கருணை நிரம்பிய கண்கள்
பொறுமை நிரம்பிய குணம்

இறைவன் நிரம்பிய மருத்துவம்
மருத்துவம் நிரம்பிய மருத்துவர்கள்

❖ உணவு விநியோகஸ்தர்கள்

எனக்கு பிடித்த காதல் வரிகளில் ஒன்று "ஐந்தடி
அங்குலத்தில் அமிர்தம் இருந்தும் பட்டினி கிடந்து
பழகியதுண்டா..? காதலித்து பார்! "
அரை அடி அங்குலத்தில் அறுசுவை இருந்தும் பட்டினி
பழகிப்போனவர்கள்... இந்த Swiggy Zomato- ன் உணவு
விநியோகஸ்தர்கள்...

மழையில் கரைந்தாலும்
பனியில் உறைந்தாலும்
வெயிலில் உருகினாலும்
பார்சலை கையில் சேர்க்கும்போது
அவன் சிரிப்பு... அவ்வளவு அழகு...

அவர்களின் இந்த நிலைக்கு
விதும்பும் வறுமை காரணமாக இருந்தாலும்...
அவர்களுள் தாய்மையும் கொஞ்சம் ததும்பத்தான்
செய்கிறது..

விதைப்பவனை இறைவனாக பார்க்கும் நாம்...
நம்மிடம் கொண்டு சேர்ப்பவனை மனிதனாகவாது பார்க்க
வேண்டும்...

உணவு ஆறிப்போயிருந்தாலும் சரி...
அதன் வடிவம் சற்று அலுங்கிப்போயிருந்தாலும் சரி...
அவர்களைப் பார்த்து புன்னகையுங்கள்..
அவர்களின் தாகமாவது தீருங்கள்...
பசி நிரப்ப வெளியில்
அவன் விரும்பும் டீ காத்திருக்கிறது...

❖ பெண்ணியம்

பெண்ணியம் பேசும் பெருங்கூட்ட புதருள் சிறுபுள்ளியாய்
நானும்......

பிறப்பது கோட்டையாலோ குடிசையிலோ
பிறந்தவள் இளவரசி தான்...

உடன் பிறப்புகளோடு சகோதரத்துவம் பழகும்
வயதிலேயே தாய்மை விளம்பும் தரமான படைப்பு
அவள்...

வறுமை வாட்டினாலும் தன் ஆசைகள் காட்டாத முகம்...
கலகலப்பாக கலைகட்டினாலும் கனவுகள் பல தேக்கும்
அகம்...

உறவினரின் அன்பு கொஞ்சல்களுக்கெல்லாம் செல்லமாய்
சிணுங்கும் சிறுபிள்ளை...
உண்மை தேவைகள் உடனிருந்தும் சூழல் அறிந்து
சொல்லாமல் விழுங்கும் பெண்பிள்ளை...

பூப்பெய்தும் புதிரில் புரியாத வெட்கம் பூண்டு பெண்மை
பேசும் மழலை...

பதினெண்பருவ இச்சைகள் கடந்து...
குடும்ப கௌரவம் தன்னுள் சுமந்து...
ஐந்து நிமிட நேர்காணலில் இவன் தான் வாழ்க்கைத்
துணை என துணிந்து...
மணமகள் அலங்காரத்தில் பெற்றோரின் பூரிப்பை கண்டு
மகிழ்ந்து...
தாலாட்டிய கரங்களையும், சீராட்டிய தோள்களையும்
கட்டித் தழுவி பிரிந்து...
எல்லாம் புதிதான இடத்தில் மருமகளாய் புகுவதை
எண்ணி நெகிழ்ந்து...
காதல் பழகி, காமம் பழகி..
பிறந்த வீடு, புகுந்த வீடு தாங்கும் தராசு பழகி...

தகப்பனுடனும் தாயுடனும் விருந்தாளியாக பழகி...

தாய்மை எய்தி பத்து மாத நீச்சலுக்குப்பின் தான் சுமந்த
கருவை கரையேற்றி...
வாழ்வின் பிம்பம் மாற்றி...
தன் கரம் பிடித்தவருக்கும்.. தன் கருவில்
பிறந்தவர்க்குமாய்.... தேடுதலும் வேண்டுதலும் என
நாட்கள் கடந்து....

தன்னை மறந்த தாய்மை...

என்றும் பெண்ணியம் பேசுவது எனக்கு பெருமைதான்...

❖ கண்கள் ..

பெண்ணின் கண்கள் கதை சொல்லும் ...
கண்கள் கவிதையும் சொல்லும் ...

வீரம் விதைக்கும்
பாரம் மறைக்கும்
காதல் பரிமாறும்
கட்சி உருமாறும்

கண்கள் வெறும் கருப்பு வெள்ளை கூட்டணி மட்டுமல்ல

அன்புதிற்கும் மலர்களும் அவைதான்
அனல் தெளிக்கும் பிழம்பும் அவைதான்

❖ **மருதாணி செடிக்கு மழை**

இலைகள் சிரிக்கின்றன...
துளிகள் சிவகின்றன ...!

❖ **ரௌத்திரம் பழகு**

சீரழியும் உலகத்தில் சிக்கிக்கொண்டேனோ...?

வெறியன் முகமென
தெளிவாய் தெரிந்தால்
துஷ்டன் இவனென
தூரம் செல்லலாம்...

வேறு முகங்கொண்டு
வேட்டையாடத் துடிக்கும்
காமக் கொடூரர்களை எப்படி
கண்டுகொ(ல்)ள்வது..?

சதைத் தேடும் சாத்தான்களை
பிணவறையில் அடையுங்கள்.
உயிரும் மனமும் உடலைப் பிரிந்தபின்
பிண்டங்கள் வெறும் பையென புரிந்து மடியட்டும்.

எளிதில் நம்பாதே
ஏமாளி நீயென
பெண்மைக்கு பாடம் புகட்டும்
பேதை சமூகமே...
அடக்கமும் ஒழுக்கமும்
ஆண்மைக்கும் ஊட்டுங்கள்.

❖ கண்ணம்மா...!

சிந்தை மிகுந்திடுவாய் கண்ணம்மா
இது விந்தை உலகமடி ...!

வீரப்பெண் என்பார் உனை
நீ வீதி செல்ல பயமுறைப்பார் ...!

காரணம் அறிவாயோ கண்ணம்மா ..?
இங்கு காமவெள்ளம் சூழுதடி ...!

கொஞ்சும் வயது குழந்தைகளடி கண்ணம்மா
கொன்று தின்று சிதைக்கின்றார் ...!

தர்மம் தலைமறைவானது கண்ணம்மா
காலம் கடக்கும் கர்மம் பொருளென்னவோ...?

உன் உடல் தின்னும் கண்களை பறிக்க
உன் விரல் பத்தையும் ஈட்டியாக்கடி...

போலி புதைந்த உருவங்கள் கண்ணம்மா

வேலியென ஒழுக்கங்கொள்வாய் ...

அதை தாண்டி தவறிழைத்தால் கண்ணம்மா

அவன் தலை துண்டித்து எறிவாயடி ...!

❖ நன்றி

தமிழில் அத்தனை வார்த்தைகளுக்கும்
உயிருண்டு - ஆனால்

நன்றி என்ற வார்த்தைக்கு மட்டும் உயிரும்
உணர்ச்சியும் உண்டு...

சிக்கனமான எழுத்துக்கள் எனினும்

தாராள பண்பை வளர்க்கும்

சிக்கலான வார்த்தையும்கூட

சிக்கிக்கொள்ளும் சில நேரங்களில்

ஆனந்த கண்ணீரை பிரசவிக்கும் வார்த்தை ...

இங்கு பிரசவித்திருக்கிறேன் - ஆனந்த
கண்ணீருடன்

என் கவிதை புத்தகம்

நன்றி...!